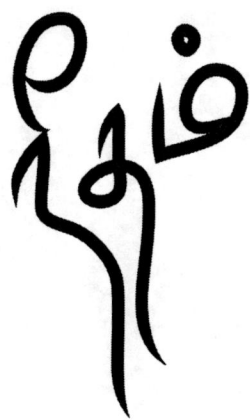

ஓதம்

முஜாமலா

வேரல்
புக்ஸ்

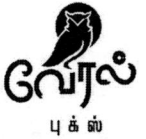

வேரல் புக்ஸ்

வேரல் புக்ஸ் வெளியீட்டு எண்: 99

நீதம் * முஜாமலா© * கவிதைகள் *
முதல் பதிப்பு: ஜனவரி 2024 * பக்கங்கள்: 100 *
வேரல் புக்ஸ் * 6, இரண்டாவது தளம், காவேரி தெரு, சாலிகிராமம், சென்னை – 600093 *
மின்னஞ்சல்: veralbooks2021@gmail.com * தொலைபேசி: 9578764322 *
அட்டை வடிவமைப்பு: லார்க் பாஸ்கரன் * லேஅவுட்: சந்தோஷ் கொளஞ்சி

Needham * Mujamala© * Poems *
First Edition: January 2024 * Pages: 100 *
Veral Books * No: 6, 2nd Floor, Kaveri Street, Saligramam, Chennai – 600093 *
Email ID: veralbooks2021@gmail.com * Phone: 9578764322 *
Wrapper Designed by: Lark Bhaskaran * Layout Designed by: Santhosh kolanji

Rs. 130

ISBN: 978-81-966624-2-4

தங்கையென்றதும்
தயங்காமல் மகிழ்ந்தெடுத்து
வாழ்வை வசந்தங்களாக்கிய
எனதருமைத் தமையன்
ஹாறூன் அவர்களுக்கு
இந்நூல் சமர்ப்பணம்.

ஒரு கணம் வாசக உள்ளமே...

எமது சிறு வயதில் பேசிய மொழியே எங்களது மூளையின் வளர்ச்சிக்கு உதவுகிறது. அப்படியாக உருவாகிய மொழியில் சந்தத்தை தோற்றுவித்த போது அவை வாய்மொழிப் புனைவுகளாக / கவிதைகளாக உருவாகின.

அவை பிற்காலத்தில் பெருகிப் பெருகி மரபு, புதுக்கவிதை, நவீனம், பின் நவீனமென மேம்படும் வடிவில் அத்தளம் பயணப்பட்டுக் கொண்டிருக்க அங்கு நானுமொரு படைப்பாளி என்பது பெரும் மகிழ்வாகவே!

அந்த வகையில் கடந்த 13 வருடங்களாக எழுதிக் கொண்டிருக்கும் எனக்கும் எழுதிய கவிதைகளின் எண்ணிக்கைகள் பின்தொடர்ந்தாலும் வெளியிடும் முயற்சிகள் கைகூடமுடியா வெறுங்கனவுகள் என்றே வாழ்ந்துகொண்டிருந்தேன்.

இந்தக் கனவின் சாட்சியமே 'நீதம்'. எனவேதான் அக்கனவின் உயிரோட்ட வாசலாக 'வேரல்' பதிப்பகம் மற்றும் அதன் நிறுவனத் தலைவர் 'அம்பிகா குமரன்' அவர்களைக் காண்கின்றேன். அவர்களுக்கு நன்றிக்கடன் பட்டவளாக எனது காணிக்கைகள் என்றும்.

இன்னும் எனது அன்புக்குரியவர்களே!

தூக்கம் கலைத்த இரவொன்றோ அல்லது, பெறப்பட்ட ஆழ்மனத் தேடலோ இன்னும் நிகழ்த்தப்பட்ட புதிய வெளிகள், வாழ்க்கையின் பௌதீக எல்லைக்குள் இருந்து என்னை வெகு தூரம்

தூக்கி எறிந்த விடயங்களென இயல்பான சிந்தனைக்குள்ளால் நுழைந்து நிகழ்த்திப் பார்த்த கனவுகள், ஏக்கங்கள், போராட்டங்கள், கேள்விகளென இந்த எழுத்துக்கள் உங்களோடு பேசுகின்றன.

இவை அனைத்தும் புதுப்பிக்கும் மழைபோல வாழ்வின் அர்த்த மையங்களை என்னிலிருந்து உங்களை நோக்கி வளர்க்கட்டும். சுற்றிலுமான அகப்புற உலகங்களின் தடயங்கள் அவையென்பதால் தயங்காமல் தொடர்ந்து வா...!

அவை உனக்கொரு புது உலகைப் பரிசளிக்கும் என்பதில் எந்த ஐயமுமில்லை.

இவள்

முஜாமலா
நிந்தவூர்,
இலங்கை,
2023.11.10

முஜாமலாவின் கவிதைகள் :
முடிவுறாது நீளும் நீதம்

பொதுவெளியில் ஒருபெண் கவிதைமூலம் தன்னை அறிவிக்கும் நிகழ்வு அசாதாரணமாக நிகழும் சூழலில் புதிய தலைமுறையைச் சேர்ந்த முஜாமலாவின் வருகை மகிழ்வளிக்கின்றது. தூங்கிக் கொண்டிருக்கும் நாம் சட்டென விழிப்பது போன்றதுதான் நமக்குள் ஒளிந்திருக்கும் கவிமன விழிப்பும். அது அகலக் கண்திறந்து விழிக்கும்போது கிடைக்கும் தரிசனங்களும் பேரொளிர்வும் நமக்குள் ஏற்படுத்தும் அதீதம் அனந்தம்.

'அன்பின் வெற்றிடங்களில் பூவனங்களை வரைந்து முடிக்கும் வரிகளாகவே கவிதையை நோக்கமுடியும்' என்கின்ற பிரகடனத்துடன் முஜாமலாவின் கவிதைப் பிரவேசம் நடந்தேறுகிறது. பொதுவாக பெண்கள் கவிதை எழுத நேர்கின்ற போதெல்லாம் 'கவிதை ஆணா? பெண்ணா?' என்றதொரு சம்பிரதாயபூர்வமான கேள்வியை பலரும் கேட்டு வைப்பார்கள். பெண்கள் எழுதுகின்ற கவிதைகளில் பெண்ணையும் பெண்மொழியையும் தேடவிழைகின்றதன் விளைவே இக்கேள்வியின் பின்னால் ஒளிந்துள்ள அரசியலாகும்.

அன்புசூழ் உலகொன்றை பெண்ணாலேயே சிருஷ்டிக்க முடியும் என்பதை இயற்கையிடமிருந்து நாம் கற்றிருக்கிறோமெனில் அவ்வியற்கையின் பகுதியாக முஜாமலா வெளிப்படுகிறார். பிறரால் பாதிப்புறுகின்றபோதும் இந்த அன்பினை அவர் கைவிடுவதாகயில்லை.

எதுவாயினும்
அநீதிக்குட்பட்ட
ஆத்மா நீயானால்
உந்தன் தனித்துவங்கள் மிளிர தொடரு
அவை
அழகியலை விதைக்கட்டும்
நேசங்களிடையே

என்று எழுதுகிறார். ~எதுவாயினும்|, ~பெருமழைக்காரி|, ~உறவே நீதான்| முதலிய கவிதைகள் இந்த அன்பின் நிமித்தங்களையே பாடுகின்றன. அநீதியை நீதியால் அறுக்கும் மாமருந்தையே பலரும் சிபாரிசு செய்யும் நிலையில் — அந்நீதிக்குள் அன்பற்றுப் போகும் சந்தர்ப்பங்களில் இவர் விட்டுச்செல்லும் அன்புலகு துளியாய் இருந்து வெள்ளமாகப் பெருகுகின்றது.

நினைவுகளில் வாழ்தல் மனித வாழ்க்கையில் பொதுவெனினும் முஜாமலாவின் கவிதைகளில் இவ்வாழ்வு முரணும் முரணிணை வாகவுமே பயணிக்கிறது. சில ஞாபகங்களும் இன்னும் சில முகங்களும் வழித்துணைகளாக வருவதை ஏற்கும் இவர்,

ஒரு பனித்துளிக்காய் ஏங்கி
சூரியனைக் கட்டிக் கொண்ட
நாட்களும்
காற்றுக்கு முத்தமிட விரும்பி
கட்டாந்தரையில்
வழுக்கிய ஞாபகங்களுமே
வெறுப்புக்களாகின்றன.

என எழுதுகின்றார்.

அதேகணம் சாவதானமாகி,

நனைந்துவிட்ட
அப்பங்கங்களில் மிதக்கும்
சோகங்களை
விழிகூட்டிச் செப்பனிடும்
இயல்பென்பது...
எத்தனை அழகாக!

என்றும் எழுதுகிறார். இந்த சூழற்சிநிலை கவிமனதின் பிறழ்வு என்றாலும் அந்தப் பிறழ்வில் பிறக்கும் சுகானுபவங்கள் கவிதைகளில் ரசபேதம் காட்டுகின்றன.

மனிதனை சந்தேகக் கண்கொண்டு நோக்கும் பொதுநிலையை முஜாமலாவும் ஏற்கவே செய்கிறார். ஈழத்தில் மஹாகவியும், நீலாவணனும், அண்ணலும் இத்தகைய பொதுநிலைசார்ந்து ஆழமான கவிதைகள் பலவற்றை எழுதியுள்ளனர். ஆனால் ஒருபெண் மனிதனைப் பொதுநிலைப்படுத்தி எழுதும்போது அது ஆணைக் குறிக்கிறதா என்ற சந்தேகம் நமக்குள் எழுவதைத் தவிர்க்க முடியவில்லை.

மனிதனின்
மனக்கிழிசல்கள்
ஆங்காங்கே
ஒட்டுப்போட்டு ஒளிரும்
புன்னகை வானங்களாக.
(புன்னகை வானம்)

பூமி தொடுத்திடும்
புறக்கணிப்பை உணராதவனாய்
பெரும் மிடுக்கோடு
நகர்கிறானா மனிதன்?
(எச்சரிக்கை)

எல்லா மனிதர்கள் பற்றிய
குறிப்புகளும்
தினமொரு விசித்திரங்கள்
நிறைந்ததாகவே
(தினமொரு)

ஆணையும் பெண்ணையும் எதிரெதிர் நிலைகளில் வைத்துப் பேசும் கவிதைகள் இத்தொகுப்பில் அதிகமென்பதால் இச்சந்தேகம் நமக்கு மேலும் வலுக்கவே செய்கிறது.

இவரது கவிதைகளில் வெளிப்படும் புதுமைப்பெண்ணிற்கு போராட்ட குணத்தை இவர் கற்றுக்கொடுக்கவில்லை. மாறாக மறைந்திருந்து எதிர்க்கும் துணிவைச் சிபாரிசு செய்கிறார்.

உன்னை சுற்றி
அத்தனை ஆணிகள்
அறையப்பட்ட
விஞ்சும் சலிப்பை மென்று நீ
மறைந்து நில்!
(மறைந்து நில்)

தேவதைகள் எனும் இவரது கவிதை, பெண்கள் தேவதைகளாக வர்ணிக்கப்படுவதையும், அதன் மூலம் நிகழ்த்தப்படும் அமைதிப்படுத்தல்களையும் கேள்விக் குள்ளாக்குகிறது. கண்ணகியின் துயரங்களை மறைக்க அவளுக்கு தெய்வீக அந்தஸ்து வழங்கிய சமூக அமைப்பினை கிண்டல் செய்யும் கைங்கரியத்திற்குரியது.

துடித்தால் துடிக்கவும்
அழுதால் அழவும்
மிஞ்சினால்
கெஞ்சவும்
தெரிந்தவர்களே தேவதைகள்!

இதேவேளை அரசியல் மற்றும் சமூக எதிர்ப்புணர்வுகள் இவரது கவிதைகளில் வெளிப்படையாகப் பதிவுசெய்யப்பட்டுள்ளன. ~ கொஞ்சம் இரு |, ~ அமைதியாக எரியுங்கள் | முதலிய கவிதைகள் இதற்குச் சிறந்த எடுத்துக்காட்டுக்கள்.

இவைதவிர, வாழ்வின் மீதான பாடல்களை சுருதி குறைத்தும் கூட்டியும் இவரது கவிதைகள் பாட விழைகின்றன. ஏக்கமும், துயரும், மென்னுணர்வுகளும், கழிவிரக்கங்களும் அவற்றின் பேசுபொருளாகின்றன. இவைபற்றியும் விரிவாகப் பேசலாம் ஒரு விவாதத்தைத் தொடக்கி வைக்கலாம்.

கவிதையில் இயற்கையைப் பாடுவதை பொருள் சார்ந்தும் உத்தி சார்ந்தும் நம்புகின்ற பலரும் இங்குளர். இதேபோல இயற்கையினூடாக மானுடத்தைப் பாடும் உத்தியும் இங்கு வழக்கில் உள்ளது. முஜாமலாவின் கவிதைகள் பலவும் காற்றையும், வானையும், மழையையும் அவற்றின் ஜாலங்களுடனும் அவ்வப்போது நேரும் மனித மனத்தின் விகற்பங்களுடனும் வாசிப்புச் செய்கிறது. காற்று குறித்த இவரது பல்வேறு பார்வைகளை நோக்கின்,

இன்றொரு சகதியில் விளையாடியும்
நாளையொரு
மலர் வனத்தில் இளைப்பாறவும்
ஆவலோடு வேகம் கொண்டோடும்
காற்றுக் கென்றும் புத்தியே இல்லை
(வெட்கமற்ற காற்று)

நாளையும்
ஆடைகள் களையவேண்டுமென
ஆர்வம் கொண்டெழும்
வெட்கமற்ற காற்றே!
உனக்குள் கிடக்கும்
குப்பைகளை அடக்கிக் கொள்!
இல்லாதவரை

அவனியில் நீயொரு பெரும்
அழிவாய்!
(பெரும் அழிவாய்)

இங்கு எல்லாவற்றையும் அழிக்கும் காற்றையே ~நீ அழிவாய்| எனக்கூறும் துணிச்சல் நுனித்து நோக்கத்தக்கது. இதுபோன்றே தனித்தலையும் — விரிந்து கிடக்கும் — தத்தலும் தவழ்தலுமான வானம் பற்றி கவிதைகள் பேசுகின்றன.

கவிதை மொழிதலில் உவமைகளுக்கும் உருவகங்களுக்கும் நெருக்கமான வாலாயமான சொற்கள் பிறப்பதுண்டு. இது கவிஞனின் தனித்துவமாகவும் நோக்கப்படுகிறது. முஜாமலாவும் மனக்கூச்சங்கள், சுவைநீட்டல்கள், அழகுருண்டை, வலசை சொற்கள், மனக்கிழிசல்கள் என்றெல்லாம் சொற்சேர்க்கை செய்ய விழைகிறார். வருங்காலத்தில் இச்சொற்களின் பொருளளவில் கூர்மைபெறும்போது இவரின் கவிதைகள் மேலும் மெருகேற இடமுண்டு.

மொழியும் கவிதையில் அதன் பிரயோகமும் குறித்து முஜாமலா கவிதைப் பரிசோதனை செய்ய விழைகிறார். பின்நவீன எழுத்துக்களும் அவற்றின் வெளிப்பாட்டு உத்திகளும் ஆரம்பநிலையில் இவரை ஆகர்ஷிக்கின்றன. பெண்களின் கவிதைகளில் நிறைந்திருப்பது போன்ற உவமைகள் இவரின் கவிதைகளில் குறைவாகவே தென்படுகின்றன. சில கவிதைகளில் தொடர்பறும் தன்மையும் உண்டு. இவைகுறித்த உரையாடலொன்றை நாம் தொடக்கி வைக்கலாம்.

முஜாமலாவுக்கு வாழ்த்துக்கள்.

எம். அப்துல் றஸாக்

உள்ளே

1. ஒரு பிரதியின் சாபம் — 17
2. வழித்துணை — 19
3. எப்போதும் — 20
4. சில கட்டாயங்கள் — 22
5. சொற்கள் ஓதும் ஜீவிதம் — 23
6. மனக் கதவுகளுக்கிடையே... — 25
7. கண்டு வந்த வினோதம் — 26
8. சிறு நினைவு — 28
9. எதுவாயினும் — 30
10. பெருமழைக்காரி — 32
11. சொல்லின் விம்பம் — 33
12. உறவே நீதானே — 35
13. நீதம் — 36
14. அமைதியாய் எரியுங்கள் — 37
15. ஒரு நேச உக்கிரமம் — 39
16. இந்தக் கவிதைகள் — 41
17. எப்படி நினைப்பாயோ — 42
18. பார்வைப் புழுக்கங்கள் — 43
19. அது போலவே — 45
20. அந்தப் பின் நவீனம் — 46
21. இனி — 48

22.	அந்த முயற்சிகள்	49
23.	பெரும் அழிவாய்	50
24.	கொஞ்சம் இரு	51
25.	மறைந்து நில்	53
26.	இப்போதும்	55
27.	ஆதிமழை	56
28.	பாதியில் மறைந்தவளே	57
29.	அந்த ஒரு சொல்	59
30.	பொருத்தம்	60
31.	இறுதிவரை	61
32.	அது தெரியாது	63
33.	விரும்பாத மாப்பிள்ளை	64
34.	முடிவெடு	66
35.	எப்படித் தொடர்ந்தேனென	68
36.	எத்தனை அழகாக	70
37.	மொட்டைக் கடிதங்கள்	71
38.	ஜீவனற்ற கற்பு	73
39.	இருள் ஓதிய மந்திரங்கள்	75
40.	தொடரும்	76
41.	எச்சரிக்கை	78
42.	இன்னும் எதற்காக	80
43.	வெட்கமற்ற காற்று	81
44.	புன்னகை வானம்	83
45.	ஒரு விடுமுறையின் அகாலம்	85

46.	விருப்பங்கள்	87
47.	நினைவின் இறுக்கங்களிடையே	88
48.	மொழியின் பிடிவாதம்	89
49.	பத்தும் பலதும்	90
50.	இந்தப் பிரியங்கள்...	92
51.	தேவதைகள்	94
52.	தினமொரு	96
53.	எத்தனை மீத...	97
54.	கடக்க முடிவதில்லை...	99

ஒரு பிரதியின் சாபம்

ஒரு பிரதியின் சாபம்
எவ்வளவு
கொடியது தெரியுமா!
மெல்லவும்
பின் அதை
விழுங்கவும் முடியாது

வக்கற்றுப் பிழைக்கும்
வாதியின் பேதி போன்ற சொற்கள்
நினைத்த வெளியெங்கும் மேயும்
எல்லையற்ற கால்களாக,

பின்னொரு சுருக்கக் குடுவைக்குள்
அமர்த்தி
நசுக்கி விடுகிறது
பிரதிக்குள் வாழ்பவனை

நினைத்த நிம்மதியும்
கிடைத்த சலிப்புமெனத் தொடரும்
வரிகளின் தொடுகை

மருவிடும்
வலசைச் சொற்களின்
அலங்காரம் போலாக
வேண்டாமே...
தோழனே!

*சுருண்ட மனதில்
உருண்டு திரளப் படைத்திடும்
உருவம் உனக்கும்
பொருத்தமில்லா
எனக்கும்
உறவூட்டல் இனி
அவைதானோ....!*

இனியென்றாலும்
விடுதலையின் பரிச்சயங்கள்
விண்ணப்பங்கள் எழுத
வரிக்குள் புகுந்தயென்னை
மீட்கட்டும்
அர்த்தப்பாடுகளோடு!

வழித்துணை

சில ஞாபகங்களும்
இன்னும் சில முகங்களும்
வழித்துணைகளாக!

மீளும் நாளொன்றில்
மீண்டும்
உன்னைக் காணத் தவமிருக்கின்றேன்
உறங்கிடாது

பொருத்தப்பாடுகள்
இன்றும் நமக்குள்
இல்லையென்றே அறிந்தேன்

என்றாலும்
பெரும் விடுதலையின்
வினாத் துளியாய்
அச்சிறு கணம்!

எப்போதும்

பெரும் படைத்தளமொன்றின்
இனிய முகவரியாக
எப்போதும்,
பிழைத்தலின் நிமிர்த்தம்
சிலவற்றைப் பழகிக் கொள்கிறது
வாழ்க்கை!

ஆசைகள் பொழிய
அழுத்தி அழுத்தி மறையும்
நம்பிக்கைகளும்
இன்னும்
நின்று நீட்ட மறுக்கும்
சினேகப் படிமங்களும்
இனி அதற்காய்
அவசியப் படுவதாகயில்லை!

எதுவாகினும்
சற்றுச் சிரிக்கவும்
இன்னும் கொஞ்சம்
மறந்திருக்கவும்
அமைதிகாக்கவும்
முடியாதுபோன அவற்றின்
அவசர கணங்களில் விழும்
இந்தத் திருப்பங்கள்

இன்றும் நிலவும்
தொடர் அச்சங்களாகவே
கண்டனங்கள் தொடுக்க

வாய்ப்புக்கள் தேடி
ஓடிப் போன
அவ்வுறவின் முகம் கண்டு
தப்பிக் கொள்ளும் மட்டும்
மிக இயல்பாய்
இன்னும் இப்படியாய்

தனக்கது
தேவையென்று வேண்டி
மனு நீள்கையில்
உடன்பாட்டை மொழிய
பழகிக் கொள்ளும் தயாராகலாய்

வழமைபோன்ற
புதிராகும் சலனங்களின் எச்சமாய்
தினமொரு புரட்சியாய்
புதிராகும் அமைதியாய்
பிரகடனப்படுத்த

அதன் விருப்பங்கள்
உறவொன்றின் நிஜங்களில்
இனி
எதுவரையோ!

சில கட்டாயங்கள்

அத்தனை உருக்கமான
வழியனுப்புதல்
என்ன
கூறியிருக்குமோ

விழிமூடாப் பொழுதாய்
தினமொரு மரணம்
தனக்குள்ளும்
நிகழ்ந்த வண்ணமே
மாறுதல்கள் பெற

அந்தக் கண்ணீரைத்
துடையாமல்
காலம் நீட்டிக் கொள்கிறது
கட்டாயமென்ற மொழிதல்களை
காணிக்கைகளாக்கி

இனி
அவன்
அவளென்பது
வெறும்
வார்த்தைகள் தானோ
பேரன்பின் முகவரியொன்றில் !

சொற்கள் ஓதும் ஜீவிதம்

மன நிசப்தங்களில்
உதிரும்
அதன் ஜீவிதம்
அடங்கிக் கிடந்தது
அப்போதெல்லாம்

பெயரேதும்
குறிப்பிட்டுக் கொள்ளாமல்,
தொடரும்
அதன் எல்லைச் சுவர்கள்
சுருக்கங்கள் பெற்றிருக்க

சிறு கண்ணீராய்
கொஞ்சப் புலம்பலாய்
மிகைக்கும் புன்னகையாய்
இல்லை
இன்னுமொரு உணர்வுக் கோலமாய்
தனக்குள்ளே நிறைந்திருந்தது
அதுவாகவே

வீழ்த்தப்படும்
தினமொரு இடங்களில்
பிணைக்கப்பெற்ற சிலுவைகளே
அதன் ஆழத்தில் கிடைத்த
சிறு செட்டைகளாக

பிழைத்தலின் நிமிர்த்தம்
பெருந்தாகமாய் ஒலிக்கும்
விடுதலைப் போராட்டமொன்றை
ஓதும்
சொற்களின் ஜீவிதம்

நாளை
உனக்கொரு எல்லைகளில்லா
உலகையோ,

தாங்கும்
இதயமொன்றையோ
பெற்றுக் கொடுக்கும்
மொழியாற்றில்
நீந்தக் கற்றுக்கொடுத்தபடி !

மனக் கதவுகளுக்கிடையே...

வலியோடு பிய்த்தெறியப்பட்ட
உறவொன்றின் நேர்காணலாய்
அவன் முகம்!

அன்புக்காய் ஏங்கும்
அத்தரிசு பூமியில்
இப்போதும்,

சொல்ல முடியா
ஆதங்கங்களோடு மனக்கதவை
அகலமாய் திறக்கவென்றே
அவ் வெளிப்படுகை
அசைந்து சிரிக்க..

சற்றுத் தூரங்களாகிப் பொழியும்
சாரலொன்றோ
என்றாவது மின்னி மறையும்
நினைவுச் சிலிர்ப்போ தான்,
இழைத்துப் போன
அதன் மூச்சுக் காற்றை
ஊதிப் புதுப்பித்தபடி

வருடங்கள் கழிந்தாலும்
அவ்வப்போது
எதிரொலிக்கும்
மொத்த மகிழ்ச்சியாய்
மனக் கருவிழிகளில்
இன்றும் வயதாகாமல்!

கண்டு வந்த வினோதம்

அறியாமல் நிகழும் மாற்றமென
சிலதை
விரும்பிக் கடக்க முடிவதில்லை
இப்போதெல்லாம்

பழக்கங்கள் புதியதென்பதால்
கேட்கப்படும் கேள்விகளும்
ஏன் எழுப்பப்படும்
குரல்களும் கூடப் புதுமையாகவே
காட்டப்படுகின்றன

பழகியவர்களும்
சிலவேளை
கண்டு வந்த வினோதங்கள் போலவே
மாற்றங்கள் பெற்றிருக்க

எப்போதும் சீர்பிடிக்க
முந்திக் கொள்ளும்
ஓசைகள்
அகம் பிரண்டதென்றும்

அழிவின் தீக்குரலென்றும்
அவ்வப்போது இணைக்கப்படும்
நிஜங்களாய்

குருட்டு மனிதனின்
இருட்டு அறையில்
பொசுங்கிய
எலும்பின் மச்சையாய்
இப்போதொரு சயனத்திடலில்
உதறப்பட்டுக் கிடக்கிறது மனம்

அதுபோதுமே
இனி உருவங்கள் நெடிதாக
அவர்கள்
இயல்பாய்த் தனக்கான
நிறங்களை வரைந்து கொள்வார்கள் !

சிறு நினைவு

வீழ்ந்து போன
சந்தோஷத்தின் முகவரியாய்
தீர்ந்துபோன
கனைவுகளின் எச்சமாய்
உங்கள்
விழிகளுக்குள்ளும்
சிறுநினைவு....

தோற்றுப்போய் இன்றுடன்
ஆண்டுகள்
பல கடந்திருக்க
காயத்தின் ஆழத்தில்
இன்னுமே...
அதே முனகல்

மனம் கூடி
மேல்பரவ மாட்டாதெனும்
நம்பிக்கை நீடிப்புக்கள்
உயிர்ச்சுடுமென

நிர்வாணம் பூண்ட
எண்ணத்துள்
நீளும் சாபங்களாய்
உள்ளிருந்து கொள்ள

நீ!
எனதில்லை
நானில்லையென
சரணடைகிறது

ஒரு சுகத்தின் வெளி
தனக்காய்
துணையாக்கிக் கொண்டதை
மறைக்க.

எதுவாயினும்

உயிரின் வேரைப் பல்லிடுக்குகளில்
வைத்து
ஆய்ந்து கொண்டிருக்கும்
மனிதர்கள்
முயல்கிறார்கள் நீயாரென்பதை
அறிய !

உன்
ஆத்மாவின் துகள்கள்
அவையென்பதால்
அது
அவர்களை கு(ரு)சிப்படுத்தலாம்

இல்லை
உன் முகப்புக்கு
உருவம் கொடுக்கும்
கட்டுக்கடங்கா ஆசையாய்க் கூட
அமைந்திருக்கலாம் !

இல்லை,
அவர்களது துருப்பிடித்த எண்ணங்கள்
உன் சின்னச்சிறகுகளை
கிள்ளியெறியும் திட்டங்களாகவோ !

இல்லை
உன் ஆத்மாவைப்
பற்றிப்பிடிக்கும்
புகைச்சல் மொழிகளாகவோ
அவை
அலங்கரிக்கலாம்

இன்னும் அது
உன்னைப் பற்றி
உனது இயல்புகள் பற்றி
வியப்படைந்திருக்கலாம்

எதுவானாலும்
உயிர்க்கூட்டுக்குள்
விஷங்களை விதைக்கும்
அந்த
ஆத்மாவின் உறுத்தல்கள் கண்டு
கனக்காதே!

எதுவாயினும்
அநீதிக்குட்பட்ட
ஆத்மா நீயானால்....

உந்தன் தனித்துவங்கள்
மிளிரத் தொடரு
அவை
அழகியலை விதைக்கட்டும்
நேசங்களிடையே!

பெருமழைக்காரி

திரும்பிக் கொடுக்க முடியா
வலிமையற்ற மனதோடு
சில வலிகள் !
தனக்குள்ளேயே
இரங்கற் பாவொன்றை
இசைத்துக் கொள்ள

வார்த்தைகள் கூனிக் குறுகி
குறுந்தகவல் அனுப்பும்
முறிந்த இதயத்தின்
சாட்சியமாய் அச்செய்தி

அழுகை கூடாதென
வடிவலங்காரங்கள் செய்தும்
அடக்க முடியாதென
மனம்சலித்தே
ஓடியும் சப்தம் கேட்டதில்
வாழ்விடம் பறித்த
மகிழ்வோடு அவை,

நூதனச் சவாரிகள் புரிய
எப்படியும்
சோர்வுறாது
அன்பெனும்
அடர்தூறலால் ஜெயிப்பாள்

உணர்வுகள் வடிகாலாகும்
பெருமழையைப் பொழிந்தபடி !

சொல்லின் விம்பம்

சொற்சித்திரங்களைக் கோர்க்கும்
முயற்சியாளன்
தனக்கொரு
முகப்பக்கம் வழங்கக்கோரி
இலக்கணமொன்றின்
முன்போய் நின்றான்!

காணும்
காட்சிகளைக் கோடிட
வேண்டியவனாக உருவமில்லாத் தனக்கு
உயிர் கொடுக்க வேண்டுமென
மன்றாடி நின்றான்

கதை கேட்டு
உண்மைகளை
உள்வாங்கிய அரிச்சுவடோ
விழிகளை நோகவிட
எழுதித்தருகிறேனென வாக்களித்திருந்தது

இன்று
அல்லது நாளையென
நாட்கள் வெறுமைகளாக,

சொல்லின் மெய்விம்பத்து
இளமை காய்ந்து போய்
புதுமையின் பக்கங்கள்
ஒவ்வொன்றாகக் கழன்றுவிழும்
சுழித்தல்கள் அதற்குள்...

இதற்கிடையில்
எழுத்துவானைச் சுருட்டி
காதுகுடைய ஆரம்பித்த காலம்
சோர்வுகளூற

உனக்கினி வேலைகள்
இங்கில்லையென
இலக்கிய வடிவாய்
பதிலெழுதியது
முகமெதுவும் வேண்டாமென !

உறவே நீதானே

உயிரிழையில்
பெரும் உறவுகளை
கோர்க்கும் மனது

இப்போதெல்லாம்
அவைதரும்
நெருங்கிய நோவினைகள்
உயிரெங்கும் திமிர

துக்கம் மீறி
விழிகள் சோர்கையிலும்
புன்னகையை உடலாக்கி
மகிழும்,

அன்பை
அனாதரவாக்கும் அந்த
காய்ப்பேறிய கணுக்களை
மறைத்தபடி!

நீதம்

உணர்வுகளுக்கு மெய்யுடுத்தி
பச்சை சிவப்பென
பகிரப் பட்டிருக்கிறாள்
அவள்

கனக்கும் அவள்மீதான
நிறத்தேர்வுகள்
வற்றிய கூடொன்றில் பிறக்கும்
வண்ணாத்தி போன்றவளைச் சிறைபடுத்தும்
மந்திரக்கோல்களாக

காலத்தை மிதித்தபடி
எப்போதும் தொடரும்
சருகுப் பூக்களின்
சலசலக்கும் பேரோசையில் கிடைக்கும்
அலங்காரம் மேல் ஆசையில்லையென

சுவனப் பேரொளியில்
தோன்றுமொரு
மலர்க் காடொன்றை
எண்ணிச் சுவைத்தபடி

தழையத் தழைய வந்து
வலிந்து உறுத்தும்
வண்ணங்களிடம் போராடிக் கரைக்கிறாள்
விருபங்கள் தண்டிப் பறக்கும்
தூய ரேகைகள் புலப்பட

அமைதியாய் எரியுங்கள்

எரித்துப் போட்ட
தீச்சுவாலைகள் பற்றியெரிய
எரித்தெடுக்கின்றன
இளந்தாரி வெயில்கள்

இருங்கள் !
இருண்டுவிடாதீர்கள் !

நாட்டை அறுத்த எலிகளையும்
உறிஞ்சிக் குடித்த
வேதாளங்களையும்
தேடித்தானே உங்களது வேட்டைகள்

நிதிக்கு விலைபோன
நீதியும் !
கேடிகளின்
கோடிகளுக்கு விலையான
வாழிடங்களுமே
போராட்டத் தளங்களாக

விடியல் வேண்டுமென்று
வெளிச்சம் கொடுக்க வந்த
நோக்காட்டுக் கங்குன்களே !

வானம் இருண்டதென
வழிதெரியாப் போக்கனாகி
மிதித்த வாசலில்
சுதந்திரக் கீதம் இசைக்காதீர்கள் !
புரிந்துகொள்ளுங்கள !

நமது
நம்பிக்கை தாழாத
பார்வைத் தூரங்கள்,
எப்போதும்
இந்த குப்பைகளை
பொறுக்கியெரிக்கட்டும்
வெகு அமைதியாய் !

ஒரு நேச உக்கிரமம்

இனியும்
இந்தப் பிரியங்களை
மொத்தமாகவோ
இல்லை சில்லறையாகவோ
பெற்றுக் கொள்வதாகமில்லை

பல பொழுதுகள்
அழுகையை நிறைக்கத் துணிந்து
சில பொழுதுகளில்
மௌனங்கள்
நிர்ப்பந்தங்களாய் கொடுக்கும்,

உள்மன வெளிகளில்
உரசல்களிட்டுத் தொடரும்
இந்தநேசத்தின் உக்கிரங்கள்
எவ்வாறானது?

மிட்டாய்க்காரனின் வாசலில்
நின்று
நினைத்துருகும் சிறுபிள்ளையின்
நெஞ்சறை போலவே
அதன் சுவை நீட்டல்கள்

கசப்போ!
இனிப்போ!
கைநீட்டிப் பெற்ற
பழைய பாவண்ணமோ
போதுமென்றாக,

இனியும்
இந்தக் கனிமையுறல்கள்
என் காதுமடல்களில்
இனிக்கப் போவதாக
இல்லை

ஒழிந்துகொள்ள
முயலும் போதெல்லாம்
அற்புதப் பிரசாதமென
விரட்டி வந்து,
உருகலோடு
கடைபோட்டு உவகையுறும்
மிட்டாய் வியாபாரிகளே!

இந்த
மிட்டாய்ச் சின்னமின்றி
வேறு எது வடிவில்
வந்தாலும்
உங்கள் நவீன பிரியங்கள்
எனக்குள் இனியும்
சிலிர்த்திடப் போவதில்லை என்பது
உறுதியே!

இந்தக் கவிதைகள்

ஒரு இருண்ட பயணத்தில்
கிடைக்கும்
கையேடு போலவே
இந்தக் கவிதைகளும்

புல் தடுக்க
வசீகரித்த குளுமையில்
இழையோடும் உயிர் நெடில்கள்

நின்று போன பயணத்தின்
நினைவூட்டலைத் தந்திருக்குமா
உனக்குள்ளும்,

காலத்தின் சரித்திர ஏடுகள்
அவையென்பதால்
கொஞ்சம் நெருங்கி வந்து
வாசியுங்கள் !

ஆர்ப்பாட்டங்களின்றி
ததும்பியிருக்கும் மனதின் பாடல்
வலி நகர்த்தும் ஈரங்களாக,

அந்த
அன்பின் வெற்றிடங்களில்
பூவனங்களை
வரைந்து முடிக்க
மெனக்கெடும் வரிகள்
அழுத்தும் மனசை
ரிதப்படுத்தட்டும் !

எப்படி நினைப்பாயோ

நீ
எப்படி நினைப்பாயோ
என்பதே,
பெரும் கவலைகளாக

ஒவ்வொரு முறையும்
பிடித்தங்களின்றிக் கலையும்
கனவுகளை ருசித்தே
பழக்கப்பட்டிருக்கிறேன்.

குறைப் பிரசவங்களை
தினமும்
பெற்றெடுப்பவள் நானென்பதால்
இப்போதும்
அதே முயற்சியாக

நான் விரும்பும் அந்த
பிரவாகமொன்றிற்கு
என்ன நிகழ்ந்தது,
எங்கோ
பெரும் பிழையில் ஒதுங்கிச்
சுருண்டு கொள்ளும் மனம்

கிடைக்க மெனக்கெடும்
விடுதலைப் பிதற்றல்களை
இதுவரை
விரும்பாத பிடிகளாக்கிப் போக

மனதுக்குள் ஒரே நினைவு
மீண்டும் மீண்டும்
நீ எப்படி
நினைப்பாயோ!

பார்வைப் புழுக்கங்கள்

தளும்பி வழியும்
உணர்ச்சிப் புழுக்கங்கள்
உள்முகம் மறைத்து
உள்ளத்து முகவரிகள்
எழுதிக் கொள்ள

கெஞ்சலால் கரைத்து
தழுவக் கிளர்ந்தெழும்
ஜாடை நிழல் மீது
உனக்கேன் இத்தனை
கனிதல்..?

சிரிப்பின் துகில் களைந்து
மற்றொரு
தசை போர்த்தும்
அசட்டு மொழி காண
இன்னுமென்ன உருகிமலிதல்..?

அடி ஏமாளி!
போலிப் பசிதீர,
புலனங்கம் கூடாதென்று
நாளை அவன்
வேறிடம் மாறலாமே!

இல்லை,
அலைவுறும்
அவன் காதல் நாடகத்தில்
ஓரங்கம் நீயாக!
உன்
பவித்திரங்கள் பாடையேறலாமே

உற்றுப்பார்!
ஆயிரம் முறை
அறியாதது போலவே
அந்தக் காதல் பிரதிக்குள்
ஏங்கும்
அன்பைக் காட்டி
அடங்கியது போதும்,

தொட்டுச் சிலிர்க்கும்
அப்பார்வைப் பிறப்புக்கள்,
உன் வாசல்
எட்ட முடியாதென
வெம்பிச் சாகட்டும்!
இல்லை
வேறிடம் மேயட்டும்!

அது போலவே

யாரும் அறியாத வண்ணம்
மனதின்
பின் வாயில் வழியாக
நுழைந்தது அவ்விம்பம்!

நானோ,
நீயாரென
பலதடவைகள்
அதிகாரமாய்
அதட்டிப்பார்த்தேன்

அதுவும் பதிலுக்கு,
உனக்குள் விழுகின்ற நிழலென
கொஞ்சம் திமிராகவே பதிலளித்தபடி
அமர்ந்து கொண்டிருந்தது

இப்போதெல்லாம்
அதுவும்
என் பெயரினை உச்சரிக்க

நானும்
அதுபோலவே
உருவேற்றிக் கொள்கின்றேன்
மெய்ப்பாடுகள் கலையாது!

அந்தப் பின் நவீனம்

எல்லோர் மீதும்
மையல் கொள்ளும்
அந்தப் பார்வையின்
பின் நவீனம் பற்றித்தான்
விவாதிக்க விரும்புகிறது மனது !

காண்பதையெல்லாம்
சளைக்காமல் மேயும்
அதன் களையாத பருவம் பற்றிய
ஆச்சரியம்
எனக்குள்
எப்போதும் நிரம்பலாகவே

யாரையோ
விழ்த்திச் சென்று
பலாத்காரம் பண்ணுமந்த
கண்களை
அடக்க வேண்டுமென்பதே
பேராவலாக

முடிந்தால்
உன் கண்களோடு
ஒப்பந்தமொன்றைச் செய்துகொள்ளேன்

ஒத்துக் கொள்ளாதவள்
மேல் பரவும்
அதன் பிடித்தல்களையும்
விசாரணைகளையும்
சுருக்கச்சொல்லி,

இல்லை
கோடிட்டுக் கொள்ளாத
ஆழ் மனதிடம்
இவ் விடயத்தையாவது சூசகமாக
சொல்லிவையேன்

இனி
அதன்மீது
நடாத்தப்படும்
தற்காத்தல் வீச்சுகள் பெறுக
சில சமயம் அவை
தற்கொலைகள்கூட
செய்து கொள்ளுமென

எதுவாகினும்
அன்றைய தின
இரங்கல் கூட்டத்தில் நானும்

அதுபோல
இன்னும் சிலரும்
மகிழ்ந்திருப்போமென்பது
உறுதியே!

இனி

எண்ணிலடங்காமல்
குவிந்து கிடக்கின்றன
மொழிதல்களில்லா வார்த்தைகள்.

கண்ணீராகவோ
புன்னகையாகவோ
கேள்விகளாகவோ
பதில்களாவோ
மொழிய மறுக்கும் வார்த்தைகள்...!

தான் கண்ட நிகழ்வுகளை
விருப்பாகவோ
வேண்டுதலாகவோ
மற்றும்
ஏதோவொரு
வேற்று நொடிகளாகவோ

தனக்கு
இடர்கொடுத்த வடுக்களை
உடலெங்கும்
எண்ணிக் கொண்டிருக்கும்

இனித் தேடுவதோ
தொடர்வதோ
தொந்தரவோ வேண்டாமென.

அந்த முயற்சிகள்

விலகலைத் தொடருமந்த
கரையின் முன்நின்று
வார்த்தைகளைத் துழாவுகிறேன்

கரைதட்டி எழவியலா
அலைகளைப் போலத்தான்
அவை மீதெனது
நலம் கேட்கும்
முயற்சிகளுமென்றாக

பிடித்தங்களின்றி
கடந்து செல்லும்
அப்பெருவெளியை எண்ணியே
மடிந்து விழத் துணிந்தவளாய்

கடைசிச் சொட்டு வற்றும் வரை
இடைவெளிகள்
குறையக் கூடாதென
மனம் நிறைந்தே தழுவுகிறேன்

இனியும்
இந்தத் தனிமைத்துயர்
தாங்கமுடியாதெனும்
வலியின் அவஸ்தையோ

அல்லது
அவ்வுறவைத் தக்கவைக்கும்
போராட்டமோ தான்
மீள்தலும்
அதன் யாசித்தலுமான
அந்த முயற்சிகள் !

பெரும் அழிவாய்

சிரிப்போடு
மழலை முகம் காட்டும்
காற்றுக்கின்னும்
ஓரே ஆச்சரியம்,

பேய்வெப்பம் கொட்டியும்
தலைகொழுத்த
தன்னை
தணித்தனுப்பிய நதி எப்படியானதென

கேள்
கேள்விகள் பிடிபடாதபடி
மென்மைகள் தழுவக் கூறுகிறேன்

அனைத்திற்கும்
ஆரம்பம் நீயென்றாலும்
பொறுமைகள் மீற
இனித் தடுத்திட முடியாது!

நாளையும்
ஆடை களையவேண்டுமென
ஆர்வம் கொண்டெழும்
வெட்கமற்ற காற்றே

உனக்குள் கிடக்கும்
குப்பைகளை அடக்கிக் கொள்
இல்லாத வரை
அவனியில் நீயொரு பெரும்
அழிவாய்

கொஞ்சம் இரு

இரு
தீர்ந்து கொண்டிருக்கும்
இந்த தேசத்தின்
சுதந்திரக் காற்றில் சிறுதுளியேனும்
சுவாசித்து வருகிறேன்

தவறிப் போனால்
நாளை என்
காற்றடைக்கும் பைகள்
விரிந்து கொடுக்க மறுக்குமொரு
பெரிய நெருக்குதலை
சந்திக்க நேரிடலாம்

இல்லையினி
இங்கிருக்கும் சுதந்திரங்கள்
போதுமென்றாக்கப்பட
குரல்வளை நசுக்குதல்கள்
என்னையும்
குறிவைத்துச் செல்லலாம்!

இல்லை
மித மிஞ்சிய சுதந்திரம்
அதை,
நான் மட்டுமே
தேக்கி வைத்தேனெனும் புனைவுகள்
என்னையும் ஆச்சரியப்படுத்தலாம்!

எதுவாயினும் கொஞ்சம் இரு,
பிரியப்போகும் அந்தச் சுதந்திர மகிழ்வுகள்
இனிமேலும்
கிடைக்காதென்பதால்

சாகசமென்றாலும்
சற்றேனும்
நிரப்பி வருகிறேன்...

ஒரு காலத்தில்
இந்தப் பருவம்
என்னையும் கடந்து சென்றதாய்
கூறிக்கொள்ளலாமே

மறைந்து நில்

திடீரெனத் தோன்றும்
உணர்ச்சியின்
உலைகளுக்குள் பிடிபடாமல்
மறைந்து நில்!

உன்னைச் சுற்றி
அத்தனை ஆணிகள்
அறையப்பட
விஞ்சும் சலிப்பை மென்று - நீ
மறைந்து நில்!

முன்பு போல் உயிர்ப்பின்றி
உபகரணம் போல
உழன்று கொண்டிருக்கும்
உன் நோக்காடுகள்,

இனியும் எப்படி
இறக்க முடியும்?
இருந்தும்
மறைந்து நில்...!

எப்போதோ
தொலைந்து போனாயென
இன்றாவது
அவர்கள் நம்பிக் கொள்ளட்டும்
மறைந்து நில்!

இப்போது
உனக்கு மூச்சு விடலென்பது
பெரும் பாடுதான்...

இருந்தாலும்
அவர்களை மகிழ்விக்க
சுயம் தொலைத்து - நீ
மறைந்து நில்

இப்போதும்

வன்மத்தின் படரல்கள்
ஆழப் புதைந்து
சுடும்
கூழாங்கற்களென்றாக

எனக்கான சவப்பெட்டியை
தயார் செய்யக் காத்திருக்கும்
துருப்பிடித்த ஆணிகளே
அவை,

உணர்வுகள்
விழித்தெழக் கூடாதென
ஓங்கியறையப்படும்
வார்த்தைகளின்
வலி தெரியாதிருக்க
நானொன்றும்
இரும்பு இதயக்காரி அல்ல

ஒப்புவமைகள் நீள
சிதறிக்கிடக்கும் குப்பைகள்
நடுவே
ஒழிந்து கிடக்கும் வைரமாய்
உயிர் அடங்கியே கிடக்க

கிழிந்த மனதுடன்
புன்னகைக்கும்
சருகுகளின் சப்தத்தை
ரசித்த படி இன்னும்.

ஆதிமழை

சொட்டு நீரையும்
சிந்திடக் கூடாதென
இறுக்கிக் கொண்டு
தனித்தலைகிறது வானம்

தலைகளைப் பிய்த்தெறிந்து
ஒப்பாரிகளிடும்
வெறுமைக் குரலாய்க் காற்றும்,

நெட்டி உருண்ட கறுப்பைக்
காணாமலாக்கி
நிர்வாண வெண்மையை
உடுத்துக் கொள்ள
அப்படி என்னதான் கூறியிருக்கும்
மேகத்தின் காதுகளில்

துயர் பிழியும்
இறுதிச் சுவாசிப்பாய்
மங்கிக் கிடக்கும் காடுகள்
மௌனத் தவமிருக்க

இன்னும் எத்தனை நாள்
ஆதி மழையொன்றின் நேசிப்பை
எண்ணி ஏங்குவதாம்?

பாதியில் மறைந்தவளே

நீண்டதூரம் வருவாயென
கனவுகள் கண்டிருந்தேன்
நேற்றுவந்த சேதியென்னை
நிலைகுலைய வைத்ததடி

பள்ளியில் கண்ட நட்பு
பாதைகள் பிரியக் கண்டோம்
அதுபெரும்
சோகங்களாக,

பிரிவு இனிக் கூடாதென
அன்று தானே கூடி
சபதங்கள் செய்திருந்தோம்

நிகழ்ந்த சம்பவங்கள்
மறந்துபோக விதிதானோ
இன்றுபோல் உள்ளதடி
நமக்கான பந்தங்கள்!
பாசம்காட்டி இதயத்தின்
பக்கத்தில் அமர்ந்தவளே!

சொல்லாமல் போன சேதி
சுமைகளையின்னும் கூட்டுதடி
பழக இனியவளாய்..
அழகுப் பெண்ணவளாய்...
வார்த்தையின் வசந்தங்களாய்
வாவென்றே
வரவேற்பாயே

சொர்க்கத்துச் செம்மலரே!
சொந்தங்கள்
இனியுன்னை காண்பதெப்போ?

வார்த்தைகள் தடமாற
வந்த துக்கம் மழைபோல
நீடிக்கும் அன்போடு
என்றென்றும் பிரார்த்திப்பேன்

மண்ணறை
வந்து உன்னை
மகிழ்வோடு காணு மட்டும்.

அந்த ஒரு சொல்

கடினப் பட்டுக் கொண்டே
பிரிகின்றன
சொற்களின் இழப்புக்கள்

ரணங்களைக் கிள்ளி விளையாடும்
உன்னோடு
இனி வாதங்கள் வேண்டாமென்றே
வலியோடு வெளியேற

மனக்குறைகள் தாங்காது
வடிவெடுக்கும்
அதன்
ஒப்பற்ற கணம்,

உயிரான
உறவொன்றின்
உரசலெனக் காண்கையில்
உதிரும் நிறைவுகள்
இயல்பாய் இருத்திட

வாய்க்கூடுகளின்
அப்பாவித்தனங்களெல்லாம்
ஒரு மௌனத்தின் இறப்பை
எடுத்தாளும் முயற்சிகளே

பொருத்தம்

பலநூறு றெக்கைகளோடு
எல்லைகள்
தாண்ட வேண்டி
முற்றுகையிடப்பட்ட
கதவுகளின் பின்
காத்திருந்தது
மற்றுமொரு தேவதைகள் உலகு

திரும்பவும்
பின் திறக்கப்படக் கூடாதென்று
கட்டளைகள் பிறப்பிக்கப்பட்டிருக்க

கனமுயற்சிக்கு அப்பால்
திறக்கும் செயற்பாடு
தோற்றாலும்
உடைக்கப்படக் கூடாதென்ற
பொருத்தம்
அவர்களுக்குள்

நம்பிக்கைச் சாவிகள்
காப்பின் அடையாளங்களாக
கழுத்தில் அணிவிக்கப்பட்டிருக்க

புரட்டிப்போட முடியாதபடி
தஞ்சம் புகுந்திருந்தன
அவர்களது எல்லைகள்.

இறுதிவரை

யாரோ
என் இழப்பிற்குப் போதுமான
ஆழம் எதுவென அறியவேண்டி
எடையிட்டுப் பார்க்கின்றார்கள்

நீக்கமற்று நிறைந்திருக்கும்
அதன் உற்சாக படிகளெல்லாமே
நாணமும்
நளினமும் அற்றவைகளாக

சிலநேரம்
முறிந்து விடுவேனென
கனவுகள் காணும் அவற்றிக்கு
முடியாத ஆச்சரியமொன்று
இறுதிவரை காத்திருக்கின்றது

குனிந்த தலை
நிமிராமல்
கடந்து கொண்டிருக்கும்
எனக்கென்று
அவையிடும் சுமைகள்,
ஒருபோதும் தள்ளாட்டங்கள்
கொடுப்பதில்லை

ஒவ்வொரு முறையும்
எடையிட்டுப் பார்த்து,
ஆச்சர்யத்தில்
கூடிக் கொண்டிருக்கும்
பிரம்மாண்டப் பாரங்கள் கண்டு
இனியும் நான்
மிரளப் போவதுமில்லை

ஆக்கிரமிக்கத் துடிக்கும்
அத்தனை திணிவையும்
தாங்கியபடி
முடிந்தவரை எதுவும்
தெரியாதது போல
கடக்கிறேன் மிக மௌனமாய்...

என் பிரபஞ்ச நியதிகள்
எப்போதும் இவர்களால்,
பிழைக்கப் போவதில்லை
என்பதால்.

அது தெரியாது

எல்லாவற்றையும்
இலகுவாக
மறக்க முடியுமா என்றால்
அது தெரியாது

அழுதுவடிக்கும்
தொலைந்த ஆத்மாவின்
வழமையான
சேட்டைகள் போலவே
மறவாத சுவடுகளாய்

இங்கும்
அங்கும்
பிழைக்க முடியாது
தோற்றுக் கொண்டிருக்கிறது
வாழ்க்கை!

ஒருபுறம்
உயிரை மடியிலமர்த்தி
தலைகோதி உறங்கச் செய்ய

இன்னொரு புறம்,
ஏமாற்ற முடியாதென
ஏக்கங்கள் கலந்த
வழமையான காத்திருப்பாய்

எப்போதும்
முற்றுப் புள்ளிகளைத் தேடிய படியே!

விரும்பாத மாப்பிள்ளை

ஒவ்வொரு முறையும்
எதையாவது சொல்லி
தப்பித்துக் கொள்கிறது மனது!

இம்முறையும்
இல்லை... இல்லை
இதைத் தானே
எப்போதும் செய்திருந்தேன்

பழகும் சொற்கள் கூட
அவன் மீதான
அன்பின் ஜாடைகளை
சொல்லத் தயங்க

நான் மட்டும் எப்படி...
மரபின் இளமைகளை
ஒடித்துப் பிதற்றுவது

இயல்பினைத் தொடர்ந்து
வடிவமைக்கத் தெரியாத உறவுகளாய்
அவர்களும்

தினமொரு விரும்பாத
மாப்பிள்ளையைத் தேடித் தர
அப்போதெல்லாம்
மிகத் தனிமையின்
மேகராகங்கள் எனக்குள்ளும்

இருந்தாலும்
ஆகாயம் போலவே
பூத்துச் சிரித்தேன்
காலம் வழி செல்ல....

இப்போது
நினைக்க மட்டும் முடியுமான
குடும்பத் தேர்வு
பழகத் தெரியாதவளை சுமக்கிறது
உயிரோட்டமென்பது
இனி
தொலைதூரம் தானோ?

முடிவெடு

ஏவல் மட்டும் அல்ல
இடமும், பொருளும்
அறியாது பேசும்
பேச்சாளர்களாக நாங்கள்!

நியாயம் பேசும் இடத்தில்
மௌனிக்கவும்
பின்னொரு நிராயுதபாணியென
காட்டிக் கொள்ளவும்
நமக்கெதற்கு சிந்தனை ஆயுதம்?

சந்தர்ப்ப வாதங்களின்
பெருந்தலையாய்
இன்னும் சில உளறல்கள்
கிரீடம் வேண்டும் சுயங்களாய்
விழித்திருக்க

பதம் பார்த்துத் தூக்கும்
விருதின் முகவரிகள்
வாய்திறந்தால் வெளித்தள்ளபடுவோமென
அணிந்து கொள்கின்றன
மிடுக்கான கற்பனையை

பார்!
சிலாகித்துக் கிடக்கும் அந்தக்
காலத்தின் கண்ணாடியில்
எத்தனை ஏக்கங்கள்?

தேடலாய்
தேவையாய்
தாகமாய்
இயலாத் தெளிவாய்
நாதியற்றுத் தவிக்க

ஒரு முறையேனும்
சிறுமுடிவெடு
சொந்த விலாசமிடும் வார்த்தைகள்
கோர்க்கலாம்

அதுவொரு
நம்பிக்கையாய்...
வேண்டலாய்...
ஈரங்களை சிந்தட்டும்!

எப்படித் தொடர்ந்தேனென

பிரபஞ்சங்களின்
உலக இயக்கத்தில்
மயங்கிக் கிடந்த காலம் அது!

ஒரு பனித்துளிக்காய் ஏங்கி
சூரியனைக் கட்டிக் கொண்ட
நாட்களும்
காற்றுக்கு முத்தமிட விரும்பி
கட்டாந்தரையில்
வழுக்கிய ஞாபகங்களுமே
வெறுப்புக்களாகின்றன

எங்கிருந்து
எப்படித் தொடர்ந்தேனென
எண்ணி நொந்தபடி
மீண்டும்
அந்தக் கனவுகளுக்குள்
மேய்ந்து விளையாட முடிவதில்லை
என்னாலும்...

பாலுக்கழும் குழந்தை
பாவாடை
கட்டத்தெரியாத மகள்
ஏழாம் சாமத்தில் எழுப்பிவிடும்
ஆடுகோழியென
கடிகாரம் போல நிற்காமல்
கழிகின்றன நாட்கள்!

அத்தனைக்கும்
முடித்தவன்
காலம் கடந்தும்
கள்ளுண்ட வண்டினைப்போல
அடுத்த தெரு வீட்டில்!

எத்தனை அழகாக

காலத்தின் பக்கங்களை
வெகு இதமாய்
புரட்டிக் கொண்டிருந்தது
ஒரு மழைக்காற்று!

நனைந்துவிட்ட
அப்பக்கங்களில் மிதக்கும்
சோகங்களை,
விழிகூட்டிச் செப்பனிடும்
இயல்பென்பது...
எத்தனை அழகாக!

வெள்ளம் போல கைவீசும்
அதன் விழிநீர் பெருக்கங்கள்
இன்று மட்டுமல்ல
எப்போதும்,

களவாடிப் போன
விதியை நோக
மறைக்கின்றது
அணை உடையாது!

மொட்டைக் கடிதங்கள்

மூக்கும் காதும் நீளங்களாக
மொட்டையாய் தட்டையாய்
ஒல்லியாய் ஊமையாய்
கொஞ்சம் வெள்ளையாய்
சின்னதொரு கடிதம்...

வாயால் தின்று
வாயால் கழிக்கும்
வௌவால் மனிதனான
வடிவான எழுத்தது

ஊர்வனங்களின்
உவப்பாய்
விஷங்கள் சேர்த்த
விசயங்களின் ஆலாபனையாய்
பாவ நாசங்களை
பதுக்கிய படிமங்களாய்

அச்சொட்டாய்
அனுபவித்து மகிழ
சிரசில் தாமதமாய் ஊறிய
தப்புக்கணக்குமாய் அவை

முகிழ்கும் காலத்தில்
நம்முகம் தேடிப் பூச்சொரிய
கிளம்பிய கெடுதல்கள்
மனமுகட்டின் அதரமாய்
இன்னும்,

வழிந்தோடச் செய்யும்
வடிவான தாய்வரிகளாகின
வயதுகள் அறியாமலே!

வழித்துக் கழுவ
வகுத்தல்களைக் கூட்டிப் பெருக்கும்
குமர்த் தனத்தின்
அந்த ஈனச்செதுக்கல்
எத்தனை அழகாக!

பலிக்காத கனவுகளை
இழிப்புகளால் சுமந்தும் வரும்
இது புகழழகாகா!

ஜீவனற்ற கற்பு

அவனொரு ஆணென எண்ணித்தான்
அப்படிப் பேசியிருக்க வேண்டும் !
மூடிய ஆடையின் திரட்டில்
அப்படி எதைப் பருகித் தொலைத்தன
அந்த சூபிவிழிகள்

அடக்கு முறை திணிக்க
திறந்து பார்க்க ஏங்கும்
நாகரீகங்கள் மிக மலிவாய்
நிர்வாணத்தின்
துல்லியங்களைப் பூசி மகிழ

வடிச்சல் இல்லாக் காதுகளில்
சறுக்கி விழுகிறது
இந்த முழுநீளச் சேலைகளும்

அந்நியத்தின் பார்வை
வேண்டாமென
கண்ணியம் காக்கும் பெண்மை
இனியும் எதைக் கொண்டு
மூடிக்கொள்வேனென ஓட

முக்கணம் கயிறின்றித் திரியும்
அந்த,
ஜீவனற்ற கற்பு
விளம்பரப்படுத்தும்
உள்ளாடைகளையே ஒட்டிப் பார்த்திருக்க

லகித்திடும்
கண்களிலிருந்து தப்பிக்க
தேவையொரு தனிவிம்பம்

விடுதலை வேண்டுமென
திணறும் பாவையை
திறந்து பார்க்கிறார்கள்
தற்கொலை செய்து கொண்டிருந்தன
உணர்வுகளும்.

இருள் ஓதிய மந்திரங்கள்

இமைக்காது உடனாடும்
தந்திரங்கள்
வழித் தொலைய,
பாதையில் மிதித்த தலை
விடுபடக்கூடாதென
மிக நூதன ஆட்டம் அங்கு!

சிரிப்பின் சாயலில்
இருள் ஓதிய மந்திரங்கள்
பற்கள் புலப்படாதபடி
சம்மணமிட்டுச் சம்மந்தங்கள் பேச

தோற்கடிப்பது எப்படியென
கட்டங்கள் போட்டு வெளித்தள்ளும்
குருத்துப் பற்கள்
நெகிழ்த்தும்
வரவேற்புப் பாடலொன்றைப்
பாடிக் கொண்டிருக்க

இனி
உங்கள்
உருக்களைப் பத்திரப்படுத்துங்கள்!
காட்டிய விளையாட்டில்
இன்னும்
எத்தனை மின்மினிகள்
சிறைப்படுமோ!

தொடரும்

ஓய்ந்த மழையும்
மௌனமுமாய்
மலர்ந்துகிடக்கின்றது இரவு

அலைவுற்றுத் திரியும்
காற்றின் நேச மடல் கண்டு
பூரிக்கும்
பூமியைப்போலவே மனதும்

உடைபட்ட முகங்களின்
இலையுதிர்ச் சுருக்கங்கள்
நீங்க...

ஒரு
பருவத்தின் நிர்மாணமாய்
பெரும் பாலைவன வதை
தனக்குள்தணிந்து விட்ட திருப்தி
அதற்கும்

கனமான பாரங்களோடு
கிடைத்த கடுகடுப்பை
மறைத்தொதுக்கும்
ஒருதுளிக் குளிர்மையே
தொடரும் அலைத்தேடலாக

இருப்பின்
இருப்புகளில் வளர்ந்து
இதமாய்ச் சிரித்து எச்சமிடும் சூரியன்
இன்னுமோர் கோடையின் சாயலா?

இன்னும்
தயவுகளின்றி
அன்பை அள்ளித்தர மறுத்த
காயும் நிலவொன்றிற்கு
இடைஞ்சலாகுமோ,

இந்தக் கத்தரிக் குலாவுகை
உன்னையும் என்னையும்
கக்கத்தில் அடக்க.

எச்சரிக்கை

நேற்றும் இன்றுமென
எத்தனை எச்சரிக்கை?

பூமி தொடுத்திடும்
புறக்கணிப்பை உணராதவனாய்
பெரும் மிடுக்கோடு
நகர்கிறானா மனிதன்

மக்கிய மரம்
அடித்துச் செல்லப்படும் உடமை
முறித்து வீசப்படும் அலங்காரமென,

புள்ளியாய்ச் சுருங்கும்
பேரழகை எண்ணி வருந்தாமல்
அறிவுத் திமிரில்
முரண்படுகிறானா?

காலம் பிளவுகளை
பிணைக்கத் தவற
கிடைக்கக் கூடாதென
பாதைகள் மறுக்கும்
கோடைகளில் தானே
இன்னுமே வாழ்க்கை நரைவுற்றபடி

இனியும் — நீ
திருத்தக் கூடாதா என்றே
துவங்குகிறது
நெடியதொரு போராட்டம்,

அடிக்கடி நிலநடுக்கம்
அவ்வபோது புயல்
ஆங்காங்கே காட்டுத் தீயென
தீவிரமாகும் மிரட்டல்கள்,

அகம்பாவம் அழிக்கும்
கவன ஈர்ப்புப் போலாக
நீ மட்டும்
எதிரிகளை
விளைவித்துக் கொண்டிருக்கிறாய்

இன்னும் எதற்காக

சிந்தும் ஒற்றைத் துளியில்
சிலிர்த்துக் கொண்டே முளைக்கிறது
மழையின் காதல்

கடுஞ்சிறையில்
காத்துக் கிடந்த தாகங்கள்
இளமைப் போர்த்திக்கொள்ள

புத்தாடை கட்டி
புதுமணம் பூசிக்கொண்டவளை
உரசிப்பார்க்கும்
ஒரே முயற்சியாகவே,
இன்றும்
அதன் ஈரமுத்தங்கள்

அனல் பிய்த்துப் துப்பிய
பொருங்காடொன்றை
பெருப்பிக்கும் கனவோடு
யாருக்காகப் பெய்கிறாய்
இன்னமும்.

வெட்கமற்ற காற்று

பருவத்தின் கிளர்ச்சிகளை
தூண்டிக் கொண்டிருக்கும் காற்று
இன்றும்
தமக்கேற்றாப்போல சந்தனவாடையை
அணிந்து கொள்கிறது

மாசுற்ற அதன் உள்ளத்து வடிவுகள்
எதையோ திருடி
மேடைகள் தேட

முன்னொரு நாளில்
கள்ளத்தனம் கொண்டு
காதுகளில் கிசுகிசுத்த
இரைச்சலை,
இன்றது
மறந்திருக்குமா என்ன...?

பாவம்
உடைப்பதும் தகர்ப்பதும்
கடப்பதுமே
அதன் வேலையென்றிருக்க

*சந்தனக் காடொன்றில்
களவாடிய வா(நே)சத்தை
தனதானதாகச் சொல்லி
பீத்திக் கொள்வது பொல்லாத
நீளப்பாடாக*

*இன்றொரு
சகதியில் விளையாடியும்
நாளையொரு
மலர் வனத்தில் இளைப்பாறவும்
ஆவலோடு வேகம் கொண்டோடும்
காற்றுக்கென்றும் புத்தியே இல்லை*

*அழுக்கில் பிரண்டதற்கு
வெ(ம்மை)ள்ளை த(ணி)ரிக்க
நாளையும்
இந்த நதியின் சவாரிகள் வேண்டுமென
நினைத்திராமல்
சுயநலம் கொண்டதோ
எப்போதும்போல!*

புன்னகை வானம்

மனிதனின்
மனக்கிழிசல்கள்
ஆங்காங்கே
ஒட்டுப்போட்டு
ஒளிரும் புன்னகை வானங்களாக!

இப்போதெல்லாம்
அவை அணைத்துக்கொண்டே
வீசியெறிகின்றன
புழுக்கங்களை,

அவை தொடுக்கும்
எரிப்போ
புழுதி ரூபங்களோ
இல்லை
அனல் வெளிகளோ
தன் தெருவைக் கடந்தே
கரையொதுங்க

தன்னை
உருக்குலைத்துப் போட்ட
அந்த வானின் மீது
கோபங்களின்றி,

அது தந்த வெப்ப கணங்களை
விழுங்கியவண்ணம்
சிதைவில்லாச் சித்திரமே
நீயே!
எந்தன் நிரப்பமென

தன்முன்னே
விரிந்து கிடக்கும்
வானை அள்ளி
பரிதாபக் காதல் கொள்கிறது
வெகு இயல்பாய்!

ஒரு விடுமுறையின் அகாலம்

நாட்கள் நெருங்கிக் கொண்டிருக்க
ஒருவிடுமுறையின் அகாலம்
அறிவிக்கப்பட்டிருந்தது

எப்போதும் போல
துடிக்க மறுக்கும் இதயம்
களைத்துப் போனேனெனும்
இறுதிப்பகுதியை இயம்பி நிற்க

காதும் கண்ணும் கூட
கொஞ்சம் முன்னராகவே
இதை அறிவுப்புச் செய்திருக்க வேண்டுமே

வாழ்க்கை ஓட்டத்தை வெல்லும்
முயற்சிகளில்
நான் தான்
மறந்திருப்பேன் போலும்,

உடல் பிடிக்குதில்லையென
உள்ளுக்குள் அதிர்வேற்படுத்தும்
செரிமானம் கூட
குளிர்வாடையைப் பூசிக் கொள்ளும்
கட்டாய வெளியேற்றங்களாய்

ஐம்புலனிலும் ஓடிய
ஞாபக நரம்புகள்
குசலம் விசாரிக்கத் தவறுகின்றனவே

ஓ.... ஓஓஓ....
இதுதான் வாழ்வின்
இறுதித்தருணம் என்பதோ!

வீம்பில் செய்ய மறந்த
சில கடமைகள்
இப்போது தான் ஞாபகம் தட்ட
இந்த அறுவடையின் வசூல் பற்றிய
முனகல் தொற்றிக்கொள்கிறது
இயலாமைகளாக

உதடுகள் இறுகும் சத்தம்
ரகசியக் கண்ணீராய் பெருக்கெடுக்க
ஏதும் இயலாத என்னைச் சுற்றி
இப்போது
தனிமையே மிகையாய்.

விருப்பங்கள்

அடுத்த கணம் நோக்கிய
எதிர்பார்ப்புகளுடன்
நகர்கிறது வாழ்க்கை!

நாளையும்
பிழைத்திருக்க வேண்டுமென
அசாதாரண உருவங்களை
சுமந்துகொண்டு
ஜீவிக்கத் துணிந்த பிறவியாய்

அன்பு இறந்துவிட
நேற்றைய
சேதிகளை மட்டும்
கொண்டாடித் தீர்க்கும்
காலக் கணிதத்தின்
வலிய நசுக்குதல் ஆங்காங்கே!

இறுதிக் கண்ணீரைச் சமர்ப்பிக்க
இரங்கலொன்றை ஓதும்
காணாமலான
மானுட விண்ணப்பங்களே
ஏராளக் கனவுகளின்
அளவுகோலென்றாக

ஆசையின் திசைகளில்
இன்னுமின்னும்
சாதிக்க
நிரப்பும் விருப்பங்கள்
கூட்டலும் கழித்தலுமான
உறவுகளின் கூடங்கள்.

நினைவின் இறுக்கங்களிடையே

நினைவின் இறுக்கங்களிடையே
விரும்பப்படாத காத்திருப்புக்களாக
கனிந்துகிடக்கும்
இந்தக் கற்பனை முதிர்வுகள் பற்றி
என்ன சொல்வது?

எந்தத் தகவலுமின்றி
தனித்து விடப்படும் அவை
நிகழ்காலச் சோகங்களைச்
சரிசெய்யவென
ஓவென்று அழும் பெருந்தவிப்புக்களாக

எப்போதும் போல
பற்றிக் கொள்ளவும்
தவறவிட்ட கணமொன்றில் நிகழ்ந்த,
நீண்ட உபாதைகளை எண்ணி
வருத்தும்
சோகப் பாடலொன்றை இசைக்கும்
பேருவகையோடு காத்திருக்க

நாளையும்
அதன் இறுதிச் சிதிலங்கள்
நலன்பெற வேண்டுமென்று
மிகைத்து நிற்கும் பிரார்த்தனைகள்
முறைப்பாடுகளை எழுதியபடி

மொழியின் பிடிவாதம்

ஏனோ
இப்போதெல்லாம்
மொழி அதிகம்
ஒட்டிக் கொள்வதாய் இல்லை

ஒரு
நெஞ்சடைக்கும் ஏக்கம்
அதீத அன்பென
எப்போதுமே
சிறைபட்டுக் கொண்டிருக்கும்
அவை

தம்மைத் தாமே
முறைத்தும்
தமக்குள்ளே தம்மையே
கடிந்தும்
ஒன்றை ஒன்று விரட்டியும்

முந்தியடிக்கவும்
முதன்மைப்படவும்
முதலில் ஏறவும் முந்தவுமென
இரக்கமின்றிப் பிசக....

எப்பொழுது எழுதினாலும்
முடியாத கவிதையாய்
என்னுள்,
பெருங்காதலொன்றை
மறைக்க மெனக்கெடுகிறது
பரிதாபமாய் உருகவிட்டு!

பத்தும் பலதும்

ஒரு
பெரும் சூனியத்தீவில்
அனாதையாக்கப்பட்டவள் போலாகிறேன்
இப்போதெல்லாம்

யாரோ ஊதிக் கொண்டிருக்க
மனம் முழுவதும் ரணத்தின்
ஓசைகள் மட்டும்
சீக்கிரம் விழுங்கட்டுமென

ஒதுங்கிக் கொள்ளும்
என்னைப் பார்த்த பின்புமா....
எந்த ஆர்ப்பரிப்பையும்
நிறுத்தவில்லை
இவ்வுலகு,

எப்போதும் போல
கூச்சலிடும்
விமர்சகனோ!
தொடரும் போட்டியாளனோ!
இப்போதுகூட
இருந்ததில்லையே என்னோடு

இருந்தாலும்
தலைப்புச் சேதி போல வரும்
என் சாயல்,

தகராறு புரிவதாயும்
அவர்களது
கழிப்பிடங்களுக்கு எதிராக
புதுச் சட்டங்கள் தீட்டுவதாயும்
தானே சேதிகள்...

உறுதியாய் கைகுலுக்க
முடியாது போகும் துலங்கல்கள்
ஒரே பக்கமாக இயங்க

தொடரும்
அந்த ஆழ்ந்த இசையில்
மயங்கி நிற்கும் உலகை விட்டும்
எப்போதும் போலவே
அமைதியாய்க் கடக்கிறேன்

இனி
குற்றுக்கள் போடும் கேள்விகள்
மறுபடியும் கிசுகிசுக்க
காற்றில் பரவுகின்றன
நான் யார் என்பது
பத்தும் பலதுமாய்

இந்தப் பிரியங்கள்...

இந்த
மனமெனும் பிரம்மாண்டத்தைக்
கிழித்துக்கொண்டோடும்
உறவுகள் கண்டதும்
சைகைகள் ஏதுமின்றி,

சிற்றிதழில்
உயிர் உள்ளதென
காட்டிக் கொள்கிறது மனம்

எப்போதும்
அதற்கெனக் கொஞ்சக் கனவும்
மீதமெல்லாம்
தார்மீகமுமென
பதித்துவைத்திருக்கும் அதனிடம்

உதைத்து விளையாடுமொரு
உள்ளமோ
இல்லை
வயிற்றுக்காக முளைக்குமொரு
முகங்களோ இருப்பதில்லை,

எதிர்மறை வார்த்தைகளின்றி
உயிர்விடும்
அதன்
இழப்பில்லாத் தனங்கள்
இந்தப் பிரியங்களையே
இன்னும் நம்பிக்கைகளாக்க

கவருமென
கர்வமாய் வாசலிலேயே
கருத்தடை செய்யாதீர்கள் !

பாவம்....
இயலாத அறமொன்றை
முளைப்பிக்கும்
அது பற்றி
என்றாவது
எண்ணியதுண்டா நீங்கள்...!

தேவதைகள்

தேவதைகள் என்றும்
முகப்பூச்சுடனோ
மிரட்டும் எடிட்டிங் அப்களுடனோ
இருப்பதில்லை

தேவதைகள் என்றும்
வதம் செய்யும் ஆடைகளுடனோ
சிந்தை கலைக்கும்
சிகையலங்காரங்களுடனோ
இருப்பதில்லை

தேவதைகள் என்றும்
திரட்டி வைத்த
அழகுருண்டை போலவோ
பார்வையைக் கவரும்
பரவசப் பொருள் போலவோ
தோன்றுவதுதில்லை

தேவதையை
அழகிகளென அடையாளம்
காட்டியவர்கள் யார்?
இலக்கணச் சிறகு விரிய
இயல்பிற்கு எதிராய் மாறாதவர்கள்
தேவதைகள்

துடித்தால் துடிக்கவும்
அழுதால் அழவும்
மிஞ்சினால்
கெஞ்சவும்
தெரிந்தவர்களே தேவதைகள்

*அறமும் அச்சமும்
உண்மைகள் பேச
சலனப்படும் சிறுவேளை
மழைபோலப் பொழிந்து
நேர்த்தியாய் நடைபயிலும்
அன்பின் அழைப்புக்களே
தேவதைகள்*

*முடிந்தால் வாயேன்
உனக்குள்ளொரு தேவதையும்
எனக்குள்ளொரு தேவதையும்
அழகாக
நுட்பங்கள் சிதையாது
வடிவாகலாம்!*

தினமொரு

எல்லா மனிதர்கள் பற்றிய
குறிப்புக்களும்
தினமொரு விசித்திரங்கள்
நிறைந்ததாகவே!

எத்தனை அன்பில் பிணைந்திருந்தாலும்,
திடீரெனப் புறக்கணித்து
வார்த்தைகள் நீட்டி
வன்முறை செருக
எப்படி முடிகிறது அவர்களால்

வயிற்றுக்கும்
தொண்டைக்குமிடையில்
நீண்ட நாள்
சேர்ந்து வைத்திருப்பார்களோ
தீண்டும் காலம் வரும்வரை

எதுவானாலும்
பிரியும் போது நெஞ்சம் மறக்காத
வினையொன்றை
தந்துவிட்டுச் செல்லுங்கள்!

மறக்கும் கலை
அறியாதவளென்பதால்
இன்னும் ஆயிரம் தடவைகள்
இறக்கும் வாழ்க்கை
எனக்கு.

எத்தனை மீத...

ஒவ்வொருமுறையும் சரிந்துகிடக்கும்
அந்தச் சொல்லணையில்
அமர்ந்துகொண்டு
அடம்பிடிக்கிறது மனது

சாபத்துக்குரியவளின்
குடுவைகளில் குதிக்கமுடியாதென
நீந்துமந்த நெடிய முயற்சிகள்
சற்று அடங்கும் போதுதான்
சட்டெனப் பிடித்துப் போடும் அனுபவம்
அதற்கும்

விதி அறியாமல்
பெரும் முதிர்ச்சிக்கு ஆளில்லையென
வக்கடைப் புதர்களில் ஒதுங்கிக் கொள்ளும்
சொல்லுக்கின்னும்
எத்தனை மீதப் பெருக்கோ

இன்பமாய்த் தொடங்கவேண்டுமென
ஆவலுறும் போதெல்லாம்
அலட்சிய விரிவுகளாய்
அமைதியற்றுப் பிரியும் உணர்வுத் துடிப்புகள்
ஆக்கிரமிப்புக்களாக

பின்னொருபொழுதில்,
மனக் குடிலொன்றைக்
கட்டிக் கொள்ளப் பதுங்கிகொள்ளும்
சந்தங்களாய்
அடங்கிப் போகின்றன

வெப்பிவெடிக்கும்
உருவவேற்றுமைகள்
இன்னும்
எதுவரையெனப் பார்த்தபடி!

கடக்க முடிவதில்லை...

அவர்களைப் போல்
அத்தனை இலகுவாய்
கடக்க முடிவதில்லை என்னால்

குன்றிக் குறைத்திட்ட
கணமென்பதாலோ
கழன்று விழுந்த கனவுகளின் இருப்பிடம்
அவையென்பதாலோ,
துயரம் தாங்குவேனென
முந்திடவும் முடிவதில்லை

நூதனங்கள் மிஞ்ச
பழங்காலத் தடயங்களிடையே
செழித்து வளரும் பிடித்தங்களென்பதால்
தடித்த வேர் பற்றுகையில்
உழன்று துடிக்கிறது நெஞ்சம்

என்றாலும்
வந்த வழியைத் துவக்கம் போலவே
இறுதிவரை
பிடித்திருக்கிறேன்
ஒழுங்குகள் நிறைய

இருந்தாலும்
இப்போதும் ஒரே வேண்டுதல்
நிரம்பிக் கிடக்கும் மனதின்
நிகழ்வுகள் மறைய
எட்டிப் பார்க்கவேண்டும்
சுதந்திர உலகை.